Matthias Fiedler

የሪል ስቴት ማችንግ የፈጠራ ሥራ: የሪል ስቴት ድለላን ቀላል አድርጓል

የሪል ስቴት ማችንግ፡ ውጤታማ ቀላል እና በሪል ስቴት ማችንግ ፖርታል በኩል ዳኝነት ለመስጠት ሙያዊ መንገድ ነው

ህትመት

1ኛ ህትመት እንደ መጽሐፍ የታተመው | ፌብሩዋሪ 2017
(በመጀመሪያ በጀርመን ታትም፣ ዲሴምቤር 2016)

Matthias Fiedler
Erika-von-Brockdorff-Str. 19
41352 Korschenbroich
Germany
www.matthiasfiedler.net

በመስራት እና በማተም:
የመጨረሻውን ገጽ ይመልከቱ

የሽፋኑ ዲሳዪን: Matthias Fiedler
Creation ofe-book: Matthias Fiedler

መብቱ በሙሉ የተጠበቀ ነው።

ISBN-13 (paperback): 978-3-947184-76-7
ISBN-13 (mobie-book): 978-3-947128-82-2
ISBN-13 (epube-book): 978-3-947128-83-9

ረቂቅ ጽሑፍ

ይህ መጽሐፍ ለዓለም አቀፍ የሪል ስቴት ማችንግ በቀላሉ በእጅ ለሚያዘው አፕሊኬሽን በሪል ስቴት የድለላ ሶፍትዌር ጋር በሚዋሄድበት ጊዜ የንብረት ግምትን (ትሪሊየን ዩሮ የሚሆን ሊገኝ የሚችለው ትርፎችን) አካቶ ሊገኝ የሚችለውን ተጨባጭ ትርፎችን (በቢሊየን የሚቆጠር ዩሮን) ከማስላት ጋር የያዘ አብዮት የሚያመጣ ሀሳብን የያዘ ነው።

የመኖሪያ እና የንግድ ንብረቶች፣ ለግል ጥቅም ወይም ለኪራይ ቢሆን፣ በውጤታማነት እና በአመቺነት ሁኔታ ለመዳኘት ይችላሉ። የወደፊቱ ፈጠራ እና የሪል ስቴት ዳኝነት ለሚያደርጉ ለሁሉም የሪል ስቴት ደላሎች እና ሊገዙ የሚችሉ ገዥዎች እና አከራዮች በሙሉ ለሪል ስቴት ሙያዊ ዳኝነት ነው። ሪል ስቴት ማቺንግ በሁሉም አገሮች በሚባልበት ደረጃ እና ከአገር ውጪም ቢሆን ይሰራል።

ደላሎች ንብረቶቹን ሊገዙ ወደሚችሉ ገዢዎች ወይም አከራዮች “ከማምጣት“ ይልቅ፣ ፍላጎቱ ያለው አካል በሚፈልጉበት ፕሮፋየላቸው በኩል በሪል ስቴት ማችንግ ፖርታል ላይ በማዛመድ፣ ከዚይም በኋላ ስንክሮናይዝድ በማድረግ እና ከሪል ስቴት ደላሎች ማስታወቂያ ጋር የተያያዙ ናቸው።

ይዘት

መቅድም 07

1. የሪል ስቴት ማችንግ ፈጠራ: የሪል ስቴት ሽምግልና ቀላል ያደረገ 08

2. አቅም ያላቸው ገዢዎች እና ሻጮች ግቦች 09

3. ለሪል ስቴት ፍለጋ ቀድሞ የነበረው አካሄዶች 10

4. የግል ሻጮች ጉዳት / የሪል ስቴት ደላል ጥቅም 12

5. የሪል ስቴት ማችንግ 14

6. ማመልከቻዎች 21

7. ጥቅሞች 22

8. የስሌት ምሳሌ (ሊሆን የሚችል) 24

9. መደምደሚያዎች 33

10.የሪል ስቴት ማችንግ ፖርታልን በአዲሱ የሪል ስቴት ድለላ ሶፍትዌር የንብረት ዋጋ ማውጣትን አካቶ ውህደት 36

6

መቅድም

በ2011፣ በእነዚህ ገጾች ላይ የተገለጸውን የሪል ስቴት ማችንግ የፈጠራ ጽንሰ ሀሳብን ጸንሼ ከዚያም አሳደጉት።

ከ 1998 ጀምሮ በሪል ስቴት እንዱስትሪ ውስጥ (የሪል ስቴት ዳኝነት መስጠት፣ መግዛት እና መሸጥ፣ ዋጋ ማውጣት፣ ኪራይ እና የንብረት ልማትን አካቶ) አየሰራሁ እገኛለሁ። እኔ፣ ከብዙ በጥቅቱ፣ ብቁ የሆንኩ የብሔራዊ የሪል ስቴት ማኅበር የቦርድ አባል (IHK)፣ የሪል ስቴት ኢኮኖሚስት (ADI) እና የንብረት ዋጋ ማውጣት ባለሙያ (DEKRA) እንዲሁም በዓለም አቀፍ ደረጃ ዕውቅና ያለው የተባበሩት የንጉሣዊያን ተቋሚ ተቆጣጣሪ (MRICS) ነኝ።

Matthias Fiedler

Korschenbroich, 31 October 2016

www.matthiasfiedler.net

1. የሪል ስቴት ማቻንግ ፈጠራ: የሪል ስቴት ዳኝነትን ቀላል ያደረገ

የሪል ስቴት ማቻንግ: ውጤታማ፣ ቀላል እና የሪል ስቴት የድለላ ሙያን በሪል ስቴት ማቻንግ ፖርታል ፈጠራ በኩል መስራት

ደላላ ንብረቶቹን ሊገዙ ወደሚችሉ ገዢዎች ወይም አከራዮች "ከማምጣት" ይልቅ፣ ብቃቱ ያለው ደንበኛ በሚፈልግበት ፕሮፋየሉ በኩል በሪል ስቴት ማቻንግ ፖርታል አፕሊኬሽን ላይ ይጣመድ እና፣ ከዚያም በኋላ ስንክሮናይዝድ በማድረግ እና ከሪል ስቴት ደላሎች ንብረት ጋር ይያያዛል።

2. ሊገዙ የሚችሉ እና ሊሸጡ የሚችሉ የገዢዎች እና የሻጮች ግቦች

ለንብረት ሻጭ ወይም ለመሬት ባለቤት፣ ንብረቱ በፍጥነት መሸጥ ወይም መከራየት እና በተቻለ መጠን በከፍተኛ ዋጋ መፈጸሙ በጣም አስፈልጊ ነው።

ገዢውን ሊያከናውን ለሚችል ገዢ ወይም ተከራይ፣ እንደ ግል ምርጫ ትክክለኛውን ንብረት ማግኘት፣ እና ከዚያም በፍጥነት እና በቀላሉ መግዛት ወይም መከራየት መቻሉ በጣም አስፈላጊ ነው።

3. ለሪል ስቴት ፍለጋ ቀድሞ የነበሩ አካሄዶች

በአጠቃላይ፣ ሪል ስቴትን የሚፈልጉ ሰዎች በሚፈልጉት ግዛት በትልቅ የሪል ስቴት የኢንቴርኔት ቀጥታ መስመር ውስጥ በመግባት ንብረቶቹን ይፈልጋሉ። እዚያም፣ አጠር ያለ የመፈለጊያ ፕሮፋየል ከፈጠሩ በኋላ፣ ፖስታ ወይም የንብረቶቹን ዝርዝር የያዘ ተገቢ የሆነ የኢንተርኔት ሊክን በኢሜይል ሊላክላቸው ይችላል። ይህም ብዙውን ጊዜ ከ2 እስከ 3 የሪል ስቴት ውስጥ በመግባት የሚደረግ ነው። በመጨረሻም፣ ሻጩን በኢሜል ያገኙት እና እዚያም የመግዛት ፍላጎቱ ያላቸውን አካላት እንዲያገኝ ዕድሉ ይሰጣል።

የመግዛት ፍላጎቱ ያላቸው አካላት በሚፈልጉበት አከባቢ ላይ በፈልግልኝ ፕሮፋየል ላይ እያንዳንዳቸው ሕጋዊ የሆኑ የግል የሪል ስቴት ደላሎችን ሊያገኙ ይችላሉ።

በእነዚህ በሪል ስቴት ውስጥ የገቡ ሻጮች ሁለቱም ማለትም የራሳቸውን የሚሸጡ እና ነጋዴ ሻጮች ናቸው። are ነጋዴ ሻጮ በስፋት የሪል ስቴት

ኤጀንቶች፣ ከአንዳንድ የሕንጻ ኮንትራክተሮች፣ የሪል
ስቴት ኤጀንሲዎች እና ሌሎች በሪል ስቴት ውስጥ
የሚሳተፉ ሥራዎች (በጽሑፍ፣ ነጋዴ ሻጮች እንደ
ሪል ስቴት ደላሎች ተደርገው የተቀረጹ ናቸው) ናቸው።

4. የግል ሻጮች ጉዳት/ የሪል ስቴት ድለላ ጥቅም

ከግለሰብ ሻጭ በኩል፣ ለሽያጭ የቀረበ ንብረት ሁሉ ጊዜ፣ ለምሳሌ የተወረሰ ንብረት ከሆነ፣ በወራሾቹ መካከል ክርክር ሊነሳ ስለሚችል ወይም ፈቃደኝነት አለመኖር ስለሚችል ወዲያውኑ ለመሸጥ አይቻልም። በተጨማሪም፣ ያልተፈቱ ሕጋዊ የሆኑ ርዕሶች፣ በተለይም የመኖሪያ መብት፣ ሽያጩን ውስብስብ ሊያደርግ ይችላል።

ግለሰብ የመሬት ባለቤቶች ለንብረቶቹ ኪራይ፣ ለምሳሌ የንግድ ንብረት እንደ ኪራይ ሕንጻ ማስታወቂያ ወጥቶበት ከሆነ፣ ሕጋዊ ፈቃድ ላይኖራቸው ይችላል።

ሻጩ የሪል ስቴት ደላላ ከሆነ፣ አስቀድሞ የተጠቀሱት ሀሳቦችች በአጠቃላይ መፍትሔ አግኝተዋል። በተጨማሪም፣ ሁሉም ተገቢ የሆኑ የንብረት ዶክመንቶች (የግራውን ንድፍ፣ ቅርጹ፣ የኢነርጂ ሴርተፊኬት፣ የመሬት ምዝገባ፣ ሕጋዊ የሆኑ ዶክመንቶችን ወዘተ) ብዙውን ጊዜ በእጅ ላይ ይገኛሉ።

በዚህ መንገድ፣ ሽያጭ ወይም ኪራይ በቀላሉ እና ያለምንም ውስብስብ ነገሮች ሊጠናቀሱ ይችላሉ።

5. የሪል ስቴት ማችንግ

ሊገዛ በሚል ገዢ እና ሊሸጥ በሚል ሻጭ ወይም አከራይ መካከል በፍጥነት እና በውጤታማነት መጣጣም እንዲፈጠር ለማድረግ፣ በአጠቃላይ ስልታዊ የሆነ እና ሙያዊ የሆነ ብልሃት መስጠት አስፈላጊ ነው።

ለሪል ስቴት ደላሎች ፍላጎት ያላቸውን ገዢዎችን እና ሻጮችን ለመፈለግ እና ለማግኘት ሊጥቀሙበት የሚችሉት የተጠና አካሄድ እነህ ናቸው። ይህም ማለት፣ ንብረቶችን ወደ ገዢዎች ወይም ተከራዮች “ከማምጣት“ ይልቅ፣ ደንበኞች በፈልግልኝ ፕሮፋየላቸው በኩል በሪል ስቴት ማችንግ አፕሊኬሽን ጋር በማጣመር እና በደላሎች የሪል ስቴት ማስታወቂያ በወጡ ንብረቶች ጋር በማጣመር እና በማያያዝ ይፈጸማል ማለት ነው።

በመጀመሪያ ደረጃ፣ ሊገዛ የሚችል ገዢ በሪል ስቴት ማችንግ መግቢያ ውስጥ የግሉ የሆነ የፈልግልኝ ፕሮፋዩል ይፈጥራል። ይህ የፈልግልኝ ፕሮፋየል ወደ 20 የሚደርሱ ባሕርያት ይኖሩታል። ከሚከተሉት

ባሕርያት፣ ከብዙ በጥቅቱ (ይህ ሙሉ በሙሉ የሆነ ዝርዝር አይደለም) ለዚህ የፈልግልኝ ፕሮፋይል አስፈላጊ ናቸው.

- ክልል/ የፖስታ ሳጥን ቁጥር / ከተማ
- የዕቃው ዓይነት
- የመሬት መጠን
- የመኖሪይ ቦታ
- የግዢ/ የኪራይ ዋጋ
- የግንባታ ዓመት
- የወለሎቹ ቁጥር
- የክፍሎቹ ቁጥር

- የተከራየ (አዎን / አይደለም)

- ምድር ላይ (አዎን / አይደለም)

- ሰገነት/ ሕንጻ አናት ላይ መቀመጫ ቦታ (አዎን / አይደለም)

- የማሞቂያ ዓይነት

- የመኪና ማቆሚያ ቦታ (አዎን / አይደለም)

ፊቸሮቹ በነጻ የሚገቡበት አለመሆናቸው በጣም አስፈላጊ ነው፤ ነገር ግን በላዩ ላይ በመጫን ወይም ተገቢ የሆነው መስኮችን (ለምሳሌ፡ የዕቃው ዓይነት“ የሚለውን) ከዝርዝሩ ውስጥ ከተሰጠው አማራጭ ጋር (ለምሳሌ፡ ለዕቃው ዓይነት፡ ሕንጻ፣ ነጠላ የቤተሰብ ቤት፣ ዕቃ ቤት፣ የቢሮ ቦታ ወዘተ ከሚለው አማራጭ ጋር) በመከፊት የተመረጠ ነው። እንደ አማራጭ፣ ሊገዛ የሚችል ገዢ ተጨማሪ

የፈልግልኝ ፕሮፋየሎችን መፍጠር ይችላል። የፈልግልኝ ፕሮፋየልን መቀየር ደግሞ ይቻላል።

የመግዛት ፍላጎቱ ያላቸው አካላት ሙሉ የሆነውን የሚገኙበትን መረጃ በተሰጠው ቦታዎች ላይ፣ የመጨረሻን ስም፣ የመጀመሪያን ስም፣ የጎዳና አድራሻን እና የቤት ቁጥር፣ የፖስታ ቁጥር፣ ከተማን፣ ስልክ ቁጥርን እና ኢሜልን አካቶ ማስገባት አለባቸው።

በዚህ ዐውድ ውስጥ የመግዛት ፍላጎት ያላቸው አካላት በሪል ስቴት ደላሎች ከእነርሱ ጋር ግንኙነት እንዲያደርግ እና

የቀረቡትን የሪል ስቴት አስፈላጊ የሆኑ መልእክቶችን

(ማስታወቂያዎችን) እንዲላክላቸው ስምምነት ሰጥተዋል።

ከዚህም በተጨምሪ፣ የመግዛት ፍላጎት ያላቸው አካላት ከሪል ስቴት ማችንግ ፖርታል ኦፕሬተር ጋር የሚያደርጉትን ግንኙነት ይደመድማሉ።

በሚቀጥለው ጊዜ፣ የፈልግልኝ ፕሮፋየሎች የሪል

ስቴት ደላሎችን፣ እስከ አሁን ድረስ ያልታዩትን ለማሳተፍ በ API ላይ ወይም ወይም በአፕሊኬሽን ፕሮግራም ማገናኛ (ከAPI ጋር የሚነጻጸር፣ ለምሳሌ በጀርመን “openimmo”) ላይ እንዲታዩ ይደረጋል። ይህ API - በተለይም ለአፕሊኬሽን ቁልፍ የሆነው - ሁሉንም ጥቅም እየሰጡ ያሉት የሪል ስቴት ዳኝነት ሶፍትዌር መቀበል አለበት፤ ወይም መረጃ ለማስተላለፊ ዋስትና መስጠት እንዳለት መታወቅ አለበት። ካልሆነ ግን፣ ይህ በቴክኒኩ የሚቻል መሆን አለበት። ከላይ እንደተገለጸው የ“openimmo” API እና ሌላ በጥቅም ላይ ያለ APIs አስቀድሞም እንደተያያዘ፣ የፈልግልኝ ፕሮፋየል ዝውውርም መቻል አለበት።

አሁን የሪል ስቴት ደላሎች ያላቸውን ንብረቶች ከፈልግልኝ ፕሮፋየል ጋር ያነጻጽራሉ። በዚህ ንብረቶች ወደ ሪል ስቴት ማችንግ ፖርታል ውስጥ ይመጡ እና የግል ፊቼሮች ስንክሮናይዝድ ይደረጉ እና ይያያዛሉ።

ስኬታማ የሆነ መጣጣም በሚዛመዱ ፐርሰንት ጋር በማዛመድ የሚከተል ነው። የፈልግልኝ ፕሮፋየሎች

ለምሳሌያህል አንድ ሰው 50% የሚሆነውን ከተዛመደ በኋላ በሪል ስቴት የድለላ ሶፍትዌር ውስጥ ይታያሉ።

የግለሰቦ ፊቼሮች አንድ ከሌላው ጋር ክብደት የሚሰጡት (የሲይስተም ነጥቦችን) ሲሆኑ፣ ስለዚህም ፊቼሮቹ ለማጣጣም (ምናልባትም አልፎ አልፎ ለማጣጣም) ውጤቶቹ በፐርሰንት ይቀመጣል። ለምሳሌ፣ ፊቸሩ"የዕቃው ዓይነት" ከ"መኖሪያ ቦታ" ፊቸር በላይ ይከብዳል። በተጨማሪ፣ አንዳንድ ፊቸሮች (ማለትም የምድር ቤት)፣ ይህ ንብረት ሊኖረው የሚገባው ሊመረጥ ይችላል።

ለማጣጣም ፊቸሮችን በሚነጻጸርበት ጊዜ፣ በፍላጎታቸው (ባስያዙት ቦታ) ክልል ብቻ ለሪል ስቴት ደላሎች ዕድል ለመስጠት ጥንቃቄ መወሰድ አለበት። ይህ የመረጃ ማጣጣም ሥራን ይቀንሳል፤ ሁሉም የሪል ስቴት ደላሎች ብዙውን ጊዜ በክልል ይሰራሉ። ትልቅ መጠን ያለውን መረጃ ለማከማቸት እና ሥራ ለማዋል ኪላውድ ተብሎ በሚጠው በኩል ዛሬም የሚቻል መሆኑን መታወቅ አለበት።

የሪል ስቴት ሙያዊ ጣልቃ ገብነትን ለማረጋገጥ የሪል ስቴት ደላሎች ብቻ ለፈልግልኝ ፕሮፋየሎች

የማየት ዕድል ልኖራቸው ይገባል።

የሪል ስቴት ደላሎች ለዚህ ዓላማ ከሪል ስቴት ማችንግ ፖርታል ኦፐረተር ጋር ስምምነት ውስጥ ገብተዋል።

ከማጣጣም በኃላ፣ ደላሎች የመግዛት ፍላጎት ያላቸውን እና ሻጮችን ሊያገኙ ይችላሉ። ይህም ማለት፣ ደላላው ሊገዛ ለሚችለው ገዢ ማስታወቂያ ከላከ፣ የእንቅስቃሴ ሪፖርት ወይም የደላላ ጥያቄ ለተደረገ ግዢ ወይም ኪራይ የሚጠይቀው የድለላ ክፍያ ዶክመንት ይሆናል።

ይህም ባለቤቱ (ሻጭ ወይም የመሬት ባለቤት) ንብረቱን ጉዳይ በድለላ ለማሻሻጥ ኃላፊነት የሰጠው መሆኑን ወይም ንብረቱ ላይ ማስታወቂያ እንዲወጣበት የተስማማ መሆኑን ይታሰባል።

6. ሥራ ላይ የሚውሉ ነገሮች

በዚህ ቦታ ላይ የተገለጸው የሪል ስቴት ማችንግ ለሽያጭ እና በሕንጻ ላይ የሚገኙ የኪራይ ንብረቶች እና የንግድ ንብረት ሴክተር ላይ ተግባራዊ ይደረጋል። ለንግድ ሪል ስቴት ተጨማሪ የንብረት ፊቸሮችን ይፈልጋል።

ደላላ ደግሞ ሊገዛ የሚችል ገዢ ነው፤ ይህም የሚሆነው ለምሳሌ ደላላው በደንበኛው ፈንታ ሆኖ በሚሰራበት ጊዜ የሚሆን ነው።

ወሰንን በተመለከተ፣ የሪል ስቴት ማችንግ ፖርታል በሁሉም አገሮች ሊላመድ የሚችል ነው።

7. ጥቅሞቹ

ሪል ስቴት ማችንግ ሊገዙ ለሚችሉ ገዢዎች፣ ለምሳሌ በራሳቸው ክልል (የሚኖሩበት ቦታ) ከፈለጉ ወይም ከሥራ ለውጥ የተነሳ በሌላ ከተማ/ክልል ንብረት ከፈለጉ ትልልቅ ጥቅሞችን ይሰጣል።

አንድ ጊዜ የፈልግልኝ ፕሮፋየል ይፈጥሩ እና በሚፈልጉት ክልል ንቁ ከሆኑ ደላሎች ተገቢ የሆኑ ንብረቶች ዝርዝር ይላክላቸዋል።

ለደላሎችም በውጤታማነት እና ምቹ በሆነ መልኩ ለሽያጭ እና ለኪራይ፣ የተለየ ፍላጎት ላለው መግዛት የሚችሉ ገዢዎች/ተከራዮችን ለንብረታቸው ወዲያውኑ መረጃ ስለሚሰጡ ታላላቅ ጥቅሞችን ይሰጣሉ

ደላሎች በቀጥታ (የሪል ስቴት ማስታወቂያን መላክ አካቶ) ትክክለኛ ከሆነው ከተደራሽ ቡድኖቻቸው ጋር፣ ማለትም ከእነዚያ የንብረቱን ዓይነት በጥንቃቄ ለሚመለከቱ የፈልግልኝ ፕሮፋይል በመፍጠር የሚፈልጉትን በቀጥታ ለመገናኘት ይችላሉ።

ይህም ለመግዛት ፍላጎት ካላቸው ምን እንደሚፈልጉ ከሚያውቁ ጋር ጥራት ያለው ግንኙነትን ይጨምራል። በድንገት ከሚመለከቱት ቀጠሮዎችምን ይቀንስ - እና ንብረቶቹን ለማስተዋወቅ የገበያ ጊዜን ያሳጥራል።

የንብረቱን ማስታወቂያ በመመልከት የመግዛት ፍላጎት ያለው አካል - እንደ ደንበኛ - የግዢ ወይም የኪራይ ስምምነት በመፈረም ይከተላል።

8. የስሌት ምሳሌ (ሊኖር የሚችል) - ባለቤቱ ብቻ- ሕንጻዎቹን እና ቤቶቹ (የተከራዩ ሕንጻዎችን ወይም ቤቶችን እና የንግድ ንብረቶችን ሳያካቲት) ይዟል

የሚከተለው ምሳሌ የሪል ስቴት ማችንግ ፖርታልን ብቃት ግልጽ ያደርገዋል።

ትልልቅ የሆኑ ከተሞች አከባቢ ወደ 250,000 ነዋሪዎች በሚኖሩበት፣ እንደ ሞንቼንግላድባች ያሉት ከተሞች፣ በስታስቲክስ 125,000 አባወራዎች (በአማካይ በቤተሰብ ውስጥ 2 ነዋሪዎች) አሉት። የመንቀሳቀስ ፍጥነት በግምት 10% ሲሆን፣ ስለዚህ 12,500 አባወራዎች በየዓመቱ ቤት ይለውጣሉ። ወደ ሞንቼንግላድባች ውስጥ መጓዝ እና ከዚያ መውጣት እንደ ምክንያት አልተቆጠረም። ስለሆነም፣ ወደ 10,000 አባወራዎች (80%) ንብረት ለመከራየት እየፈለጉ ያሉ ሲሆን ወደ 2,500 አባወራዎች (20%) የሚሆኑት ደግሞ ንብረት ለመግዛት እየፈለጉ ይገኛሉ።

እንደ ሞንቼንግላድባች ከተማ አማካሪ ኮሚቴ

የንብረት ገበያ ሪፖርት፣ በ 2012 ወደ 2,613 የሚሆኑ የሪል ስቴት ገዢዎች

ነበሩ። ይህም ከዚህ በፊት የተጠቀሱት ቁጥር 2,500 ጊዜ የሚፈልጉ ገዢዎችን ያጸናል። በእርግጥ ከዚያ በላይ ይሆናል፤ እያንዳንዱ ሊገዛ የሚችል ገዢ ትክክለኛውን የተገዛ ንብረት አይኖረውም። በግርድፉ፣ ለመግዛት የሚፈልጉ ገዢዎች ቁጥር ወይም በተለይም ፈልግልኝ የሚለውን ፕሮፋየል የፈጠሩት ቁጥር ወዲያ እና ወዲህ ለመንቀሳቀስ መካከለኛ መጠን ካለው ተንቀሳቃሽ ወደ 10% ከሚጠጋው፣ ማለት 25,000 ፈልግልኝ የሚል ፕሮፋየል ያላቸው ሁለት እጥፍ ያህል ይሆናል። ይህም ሊገዙ የሚችሉ ገዢዎችን በሪል ስቴት ማችንግ ፖርታል ላይ በርካታ ፈልግልኝ ፕሮፋየል የፈጠሩትን ያጠቃልላል።

ከልምድ፣ እስከ አሁን ድረስ ግማሽ የሚሆኑቱ ሁሉም ጊዜ ፈላጊ አካላት (ገዢዎች እና ተከራዮች) ፣ ስለዚህ በአጠቃላይ 6,250 አባወራዎች ንብረታቸውን በሪል ስቴት ደላላ በኩል እንዳገኙ

መጠቀስ የሚገባው ነው። ሆኖም ግን፣ ከልምድ ቢያንስ 70% የሚሆኑት አጠቃላይ አባወራዎች በሪል ስቴት ፖርታል የኢንተርኔት ቀጥታ መስመርላይ ይፈልጋል፤ ስለዚህ ከአጠቃላዩ 8,750 አባወራዎች (እስከ17,500 ፈልግልኝ ፕሮፋየል ላይ የተቀመጥው) ይፈልጋል።

እንደ ሞንቼንግላድባች ባሉት ከተሞች የመግዛት ፍላጎት ካላቸው ከሁሉም 30% የሚሆኑት፣ ማለትም 3,750 የሚሆኑ አባወራዎች (7,500 የፈልግልኝ ፕሮፋየል ያላቸው ጋር የሚመጥኑ)፣ በሪል ስቴት ማችንግ ፖርታል አፒሊኬሽን ላይ የፈልግልኝ ፕሮፋየላቸውን ያስቀመጡት፣ በሪል ስቴት ድለላ ውስጥ የተሳተፉት በየዓመቱ ንብረቶታቸውን ሊገዙ ለሚችሉ ገዢዎች እስከ 1,500 የተለየ የፈልግልኝ ፕሮፋየል ላላቸው (20%)፣ እና ሊከራዩ ለሚችሉ ተከራዮች እስከ 6,000 የተለየ የፈልግልኝ ፕሮፋየል ላላቸው (80%) ለሚሆኑ መስጠት ይችላሉ።

ይህም ማለት፣ እስከ 250,000 የሕዝብ ብዛት ላለባቸው ከተሞች፣ ለእያንዳንዱ የፈልግልኝ

ፕሮፋየልን ለማግኘት በአማካይ እስከ 10 ወራት የመፈለጊያ ጊዜ እና በየወሩ €50 ያስፈልጋል እንደማለት ሲሆን፣ ከ7,500 የፈልግልኝ ፕሮፋየል ሊገኝ የሚችለው የቀረጥ ገቢ በየዓመቱ እስከ € 3,750,000 ይሆናል ማለት ነው።

ይህን በፌዴራል ሪፐብሊኪ ጀርመን 80,000,000 (80 ሚሊዮን) ነዋሪዎች ባሉባት ይህን ፕሮጄክት ማድረግ፣ ይህም ሊገኝ የሚችለውን የቀረጥ ገቢን በየዓመቱ ወደ
€ 1,200,000,000 (€ 1.2 ቢሊየን) ያደርሳል። ለምሳሌ

ሁሉም የመግዛት ፍላጎት ያላቸው አካላት ከዚያ ይልቅ 30%, 40% የሚሆኑት ሪል ስቴትን በሪል ስቴት ማችንግ ፖርታል ላይ ቢፈልጉ፣ ሊገኝ የሚችለው የቀረጥ ገቢ በየዓመቱ ወደ
€ 1,600,000,000 € 1.6 ቢሊየን) ያድጋል።

ይህ ሊገኝ የሚችለው ገቢ ህንጻዎች እና ቤቶች

ላላቸው ለባለቤቶች ብቻ ነው። የኪራይ እና በመኖሪያ የንብረት ሴክተር ውስጥ የኢንቨስትመንት ንብረቶች በዚህ ሊገኝ በሚችል የገቢ ስሌት ውስጥ እንደ ምክንያት አይሆኑም።

በግምት 50,000 የሚሆኑ ሥራዎች በጀርመን ውስጥ በሪል ስቴት ድለላ ውስጥ የሚሳተፉ ሲሆን በግምት ወደ 200,000 የሚሆኑ ሠራተኞች (የግንባታ ኮንትራክተሮች፣ የሪል ስቴት ኤጀንሲዎች እና ሌሎች ሥራዎች በሪል ስቴት ውስጥ የሚሳተፉትን አካቶ) የሚሳተፉ ሲሆን፣ ከእነዚህ ከ50,000 ሥራዎች ውስጥ ይህን የሪል ስቴት የማችንግ ፖርታል በአማካይ 2 ፈቃድን በመጠቀም 20% የሚሆን ሞዴልን ይጋራሉ፤ በውጤቱም፣ በሞዴሉ ዋጋ በየወሩ € 300 በመክፈል፣ ሊገኝ የሚችለው ገቢ በዓመት € 72,000,000 (€ 72 ሚሊዮን) ነው። በተጨማሪም፣ የክልላዊ ቀጠሮ ለፈልግልኝ ፕሮፋየል በዚያ ቦታ ሊከሰት ስለሚችል፣ በማረጋገጫው ላይ መሰረት

በማድረግ፣ ተጨማሪ ትርጉም ያለው ሊገኝ የሚችል

ገቢ በዚያም ሊገኝ ይችላል።

ደላሎች ከአሁን በኋላ በቀጣይነት ሊገዙ የሚችሉ የገዢዎቻቸውን መረጃቸውን በየጊዜው ማሻሻል አይኖርባቸውም - ሥራ ላይ የሚውል ከሆነ - ከዚህ ከታላቅ አቅም የተነሳ የተለየ የፈልግልኝ ፕሮፋየል ያላቸው የመግዛት ፍላጎት ላላቸው አካላት፣ በተለይም ይህ ቁጥር የፈልግልኝን ፕሮፋየል እራሱ ስለሚያሻሽለው በመረጃ ቋታቸው ውስጥ በብዙ ደላሎች እንደተቀመጠው የፈልግልኝን ፕሮፋየል ቁጥርን በይበልጥ ያልፈዋል።

ይህ የሪል ስቴት የማችንግ ፖርታል ፈጠራ በሌሎችም አገሮች ጥቅም ላይ ከዋለ፣ በጀርመን ውስጥ ሊገዙ የሚችሉ ገዢዎች፣ ለእረፍት ጊዜ ማሳለፊያ ሕንጻዎች በሜድቲራንያን አይስላድ አፍ ማሎርካ (ስፔን) ላይ የፈልግልኝ ፕሮፋይልን ማስቀመጥ እና በማሎርካ ውስጥ የሪል ስቴት ደላሎች በማሳተፍ ሊገዙ ለሚችሉ ገዢዎቻቸው/ተከራዮቻቸው በጀርመን ውስጥ በኢሜል በመላክ ተስማም የሆነ ሕንጻዎችን ማቅረብ ይችላሉ።

ማስታወቂያው በስፓንሽ ቋንቋ ከተጻፈ፣ በእነዚህ ቀናት የመግዛት ፍላጎት ያላቸው ገዢዎች በፍጥነት በኢንቴርኔት ቀጥታ መስምር ላይ በሚገኝ የትርጉም ፕሮግራም እርዳታ ጽሑፉ በጀርመንኛ ተተርጉሞ ሊያገኙ ይችላሉ።

ከፈልግልኝ ፕሮፋየሎች ላይ ማችንግን ለመገንዘብ እና በሁሉም ቋንቋ ማስታወቂያ ለማስነገር ለመቻል፣ የማችንግ የተለየውን ፊቸሮች በሪል ስቴት ማችንግ ፖርታል ውስጥ ፕሮግራም በተደረገው (ሂሳባዊ ስሌትን) ፊቸሮችን መሰረት በማድረግ ሊከናወን ይችላል - ከቋንቋ ላይ ሁለቱን በማላቀቂ - እና ቋንቋን በማከታተል ይመደባል።

በሁሉም አህጉራት የሪል ስቴት ማችንግ ፖርታልን በመጠቀም፣ አስቀድሞ የተጠቀሰው ሊገኝ የሚችል ገቢ (ሪል ስቴትን ለሚፈልጉት ብቻ) በጣም ቀለል ባለ ተጨማሪ የዋጋ ግምትን እንደሚከተል ያሳያል።

የዓለም ሕዝቦች:

7,500,000,000 (7.5 ቢሊዮን) ነዋሪዎች

1. በኢንዱስትሪ ያደጉ አገሮች እና በትልቅደረጃ በኢንዱስትሪ ያደጉ አገሮች የሕዝብ ብዛት፡ 2,000,000,000 (2.0 ቢሊዮን) ነዋሪዎች

2. እያደጉ ያሉት አገሮች የሕዝብ ብዛት፡ 4,000,000,000 (4.0 ቢሊየን) ነዋሪዎች

3. ያላደጉ አገሮች የሕዝብ ብዛት፡ 1,500,000,000 (1.5 ቢሊየን) ነዋሪዎች

ለጀርመን ፌዴራላዊ ሪፐብሊክ ለ80 ሚሊየን ነዋሪዎች € 1.2 ቢሊዮን የሚሆነው ዓመታዊ ትርፍ መጠን በሚከተሉት ታሳቢ በተደረጉት ምክንያቶች በኢንዱስትሪ ባደጉ አገሮች፣ በማደግ ላይ በሚገኙ አገሮች እና ባላደጉት አገሮች ላይ ሊለወጥ እና ሊታቀድ ይችላል።

1. በኢንዱስትሪ ያደጉ አገሮች: 1.0

2. በማደግ ላይ ያሉ አገሮች: 0.4

3. ያላደጉ አገሮች: 0.1

ይህም ማለት የሚከተሉት የሚጠበቁ ዓመታው ገቢዎች፦ (€ 1.2 ቢሊየን x የሕዝብ ብዛት (ያደጉ፣ እያደጉ ያሉ ወይም ያላደጉ አገሮችን)/ 80 ሚሊየን x ምክንያት ማለት ነው)።

1. በኢንዱስትሪ ያደጉ አገሮች: € 30.00 ቢሊዮን

2. በማደግ ላይ ያሉ አገሮች: € 24.00 ቢሊዮን

3. ያላደጉ አገሮች: € 2.25 ቢሊዮን

አጠቃላ ድምር: **€ 56.25 ቢሊዮን**

፱. መደምደምያ

እዚህ ጋር የተሰጠው የሪል ስቴት ማችንግ ፖርታል ሪል ስቴትን (ሊገዙ ለሚችሉ ገዢዎች) ለሚፈልጉ ሰዎች እና ለሪል ስቴት ደላሎች ትርጉም ያለው ጥቅሞችን ይሰጣቸዋል።

1. መግዛት የሚችሉ ገዢዎች ተገቢ ለሆነ ሪል ስቴትን ለመፈለግ፣ አንድ ጊዜ የፈልግልኝ ፕሮፋየላቸውን ካስቀመጡ በጣም አነስተኛ የሆነ ጊዜን ብቻ ይወስድባቸዋል።

2. የሪል ስቴት ደላሎች ሊገዙ ስለሚችሉት በርካታ ገዢዎች ከሚታወቀው (ከፈልግልኝ ፕሮፋየሎቻቸው ላይ) ስለተለየ ፍላጎቶቻቸው ጋር አጠቃላይ የሆነ ሀሳብን ያገኛሉ።

3. የመግዛት ፍላጎት ያላቸው አካላት ለእነርሱ ፍላጎት ጠቃሚ የሆኑትን ነገሮችን (እንደ ፈልግልኝ ፕሮፋየላቸው መሰረት) ከሁሉም የሪል ስቴት ደላሎች (የሆነ አስቀድሞ በአውቶማቲክ መልክ የተመረጠላቸውን)

የሚያቀርቡትን ሪል ስቴት ብቻ ይመለከታሉ።

4. የሪል ስቴት ደላሎች ለፈልግልኝ ፕሮፋየሎች የግል የመረጃ ቋታቸውን ለማደስ፣ የአሁን ጊዜ በጣም በርካታ የሆነ የፈልግልኝ ፕሮፋየሎች በቋሚነት ስለሚገኙ ትንሽ ሥራ ብቻ ይሰራሉ።

5. የሪል ስቴት ማችንግ ፖርታል ለንግድ አገልግሎት ሰጪዎች/ለሪል ስቴት ደላሎች፣ ከባለሙያ ጋር ለሚሰሩ ሊገዙ ለሚችሉ ገዢዎች እና ልምድ ላላቸው ለኤጀንቶች ብቻ ቀርቧል።

6. የሪል ስቴት ደላሎች ጥቅት የሚታዩ ቀጠሮዎችን ማስቀመጥ ያለባቸው ሲሆን የገበያውም ጊዜ ከሁሉም በላይ አጭር ጊዜ ይሆናል። ሊገዙ የሚችሉ ገዢዎች፣ በራሳቸው በኩል የሚታዩ ጥቅት ቀጠሮዎችን የሚያስፈልጋቸው ሲሆን እንዲሁም እስከ ግዢ ወይም ኪራይ ስምምነት ፊርማ እስከሚደረግበት ጊዜ የሚያስፈልገው ጊዜ

መጥቀስ ያስፈልጋቸዋል።

7. ይህም ለንብረቶቹ ባለቤቶች እንዲሸጥ ወይም እንዲከራይ ጊዜን ይቆጥብላቸዋል። በተጨማሪም፣ ለሚከራዩ ንብረቶች አነስተኛ ክፍተት መጠን እንዲኖር እና ፈጣን የሽያጭ ክፍያን ለተሸጡ ሪል ስቴት በፈጣን የኪራይ ወይም ሽያጭን ተከትሎ ማለት የገንዘብም ጥቅም አለው ማለት ነው።

ለሪል ስቴት ማችንግ ይህን ሀሳብ ግንዛቤ ውስጥ ማስገባት እና አሰራሪ ማወቅ በሪል ስቴት ሽምግልና ላይ ትርጉም ያለው ሊቀትን ሊያመጣ ይችላል።

10. የሪል ስቴት ማችንግ ፖርታል በአዲሱ የሪል ስቴት የድለላ ሶፍትዌር ውስጥ የንብረት ዋጋን አካቶ ውዕድ

በሀሳብ ደረጃ፣ በዚህ ላይ የተገለጸው የሪል ስቴት ማችንግ ፖርታል ከመጀመሪያው ጀምሮ በዓለም አቀፍ ደረጃ ጥቅም ላይ የዋለው የአዲሱ ሪል ስቴት የድለላ ሶፍትዌር አስፈላጊው ክፍል ሊሆን ይችላል ወይም መሆን አለበት። ይህም ማለት የሪል ስቴት ደላሎች የሪል ስቴት ማችንግን ፖርታልን አሁን ካለው የሪል ስቴት የድለላል ሶፍትዌር ጋር በተጨማሪ አድርገው መጠቀም ይችላሉ አሊያም፣ በሀሳብ ደረጃ፣ አዲሱን የሪል ስቴት የድለላ ሶፍትዌርን የሪል ስቴት ማችንግ ፖርታልን አካቶ መጠቀም ይችላሉ።

የዚህን ውጤታማ እና የፈጠራ ውጤት የሆነውን የሪል ስቴት ማችንግ ፖርታል ከራስ የሪል ስቴት የድለላ ሶፍዌር ጋር ማዋሄድ፣ ገበያ ውስጥ ዘልቆ ለመግባት አስፈላጊ የሆነውን ለሪል ስቴት የድለላ ሶፍትዌር መሰረታዊ የሆነ የተለየ የሽያጭ ደረጃን ይፈጥራል።

እንደ ንብረት ዋጋ ማውጣት በጣም አስፈላጊ የሆነ የሪል ስቴት ሽምግልና ክፍል ሆኖ ይቀራል፤ የሪል ስቴት ዋጋ ማውጣት

መሳሪያ በማንኛውንም መንገድ ከሪል ስቴት የድለላ ሶፍትዌር ጋር መያያዝ አለበት። የንብረት ዋጋ ማውጣት ከሂሳብ ስሌቶቹ ጋር በሊንኮች በኩል ከሪል ስቴት ደላላ የገባውን/የተሰጠውን ንብረቶች ጠቃሚ የሆነ መረጃን/ፓራሜትርን ለማየት ያስችላል። አስፈላጊ ከሆነ፣ የሪል ስቴት ደላላ የተረሳውን መለኪያዎን በራሱ ወይም በራሷ አከባቢ ያለውን የገበያ ባለሙያን ያቀርባል።

የሪል ስቴት የድለላ ሶፍትዌር የቀረቡትን ንብረቶች የእንቅስቃሴ ጉዞን ያካተተ ዕድሎችን በተጨማሪ ይሰጣል። እነዚህ በቀላሉ ተግባራዊ ሊደረጉ ይችላላሉ፤ ለምሳሌ ለሞባዬል ስልኮች እና/ወይም ታብሌቶች ተጨማሪ አፕሊኬሽንን በመፍጠር፣ የተቀረጹት የሚታይ የንብረቱ ምስሎች ወደ ሪል ስቴት የድለላ ሶፍትዌር ላይ በትልቅ ደረጃ በራሱ የሚቀላቀል ይሆናል።

ይህ ውጤታማ እና የፈጠራ ውጤት የሆነው የሪል ስቴት ማችንግ ፖርታል ወደ አዲሱ የሪል ስቴት የድለላ ሶፍትዌር ጋር በአንድነት ከንብረት ዋጋ ማውጣት ጋር ከተዋሄደ፣ ይህም ደግሞ በተጨባጭ ሁኔታ ሊገኝ የሚችለውን የገቢ መጠንን እንዲጨምር ሊያደርግ ይችላል።

Matthias Fiedler

Korschenbroich, 31 October 2016

Matthias Fiedler

Erika-von-Brockdorff-Str. 19

41352 Korschenbroich

Germany

www.matthiasfiedler.net